ம(வி)ருந்தாகும் சொற்கள்

பதிப்பகம்

POETRY WORLD ORG

 Special credits to Ramyakalaivani, Dr.Niveditha, Nitin Chopra, Giftsy Dorcas.E

First Edition : 2020

Printed In India

ம(வி)ருந்தாகும் சொற்கள்

தலைமை தொகுப்பாளர்

சே.அ.பார்கவி

தொகுப்பாளர்

ச. பவித்ரா

ம(வி)ருந்தாகும் சொற்கள்

மொழி - மானுடத்தின் மிகச்சிறந்த கண்டுபிடிப்பு!

மொழி பெற்றெடுத்த செல்லக்குழந்தை - கவிதை!

வாருங்கள்! அந்தக் குழந்தைகளிடம் வந்து

பேசிப்பாருங்கள்!

சொற்களென்னும் புன்னகை ததும்ப அவர்கள்

உங்களை வரவேற்கக் காத்திருக்கிறார்கள்!

காயங்களை மருந்திட்டு ஆற்றவும் உங்களுக்கு

விருந்தூட்டி வாழ்த்தவும் தயாராக, உங்களுக்காக

காத்திருக்கிறார்கள்!

தலைமை தொகுப்பாளர்

இவர் திருமதி.பார்கவி சிவபிரகாஷ், மஞ்சள் மாநகரமான ஈரோட்டை சேர்ந்தவர். இவள் புனைப்பெயர் "கவியின் கவிதை". கணிதவியல் முதுகலை பட்டம் முடித்தவள். இன்று தன் கனவுகளை முழு மனதோடு ஆர்வமாய் பின் தொடர்கிறார்.

தனது இன்ஸ்டாகிராம் பக்கத்தில் *(@kaviyinkavithai)* ஏறத்தாழ 2500க்கும் மேற்பட்ட குறுங்கவிதைகள், நீள்கவிதைகள் பல புனைந்துள்ளார். *Spectrum of thoughts*ல் இணை எழுத்தாளராகவும், தன் முதல் கவிதை திரட்டான "*Enticement of fondness*/காதலின் தாகங்கள்" தொகுத்துள்ளார். இப்பொழுது *Poetry World Organisation*ல் தலைமை தொகுப்பாளராய் பல கவிதை திரட்டினை வழங்கி வருகிறார்

தொகுப்பாளர்

இவர் ச.பவித்ரா. கல்லூரி மாணவி. சிறுவயது முதலே கவிதைகள் எழுதுவதில் ஆர்வமுடையர். பட்டிமன்றப் பேச்சாளர். கலைஞர் டிவி, ராஜ் டிவி, பாலிமர் டிவி போன்ற தொலைக்காட்சிகளில் பேச்சரங்க நிகழ்ச்சிகளில் பேசியுள்ளார். சுட்டி விகடன் நாளிதழின் சுட்டி ஸ்டாராகத் தேர்ந்தெடுக்கப்பட்டு ஒரு வருடம் மாணவர் நிருபராகப் பணியாற்றியுள்ளார். இவரது கவிதைகள் சில கவிதைத்தொகுப்புகளிலும் வார, மாத இதழ்களிலும் வெளிவந்துள்ளன. தமிழ்மொழியின்மீது காதல்கொண்ட இவர் பிறமொழிகளைக் கற்பதிலும் ஆர்வமுள்ளவர். தமிழ், ஆங்கிலம் ஆகிய மொழிகளில் படவரியில் கவிதைகள் எழுதி வருகிறார்

Instagram ID: pavipragu_writings

உள்ளடக்கம்

என் காயங்களின் மருந்து நீ

ஆறா வடுவாய்
மனதை அமிழ்த்தி
வந்தவை அவை...

இவ்வாறு மட்டுமே என
வார்த்தைக்குள்
கட்டுப்படாதவை...

இவையே தீர்வென
எண்ணிட இயலாமல்
உள்ளுக்குள்ளே வைத்து
புழுங்கிய நிலை அவை....

ஆயினும் அவை யாவும்
மறைந்தே போயின,
என் விதி இட்ட
காயங்களின் மருந்தாய்
நீ பேசும் சொற்கள்...

கவியின் கவிதை

வாழ்தல் அழகு!

கோடி தூரமிருக்கும் நிலவுக்கு-நாம்பாடும்
காதல் கவிதைகள் கேட்கப்போவதில்லை!
வெய்யோன் கதிரால் உயிர்க்கும் சூரியகாந்தி
பகலவனுக்கொன்றும் பரிச்சயமானதில்லை!
மாக்கோல விருந்துண்ணும் எறும்புகளெல்லாம்
நம் உயிர்நேய பண்பாட்டை வியக்கப்போவதில்லை!
மரங்களால் மழைபரிசு தரும் வானம்
மரங்களை ஒருநாளும் தீண்டப்போவதில்லை!
பூவினில் தேனுண்ட வண்டு-மீண்டும்
அதே பூவை அறியப்போவதில்லை!
உயிர்சிலிர்க்க கானமிசைத்த பறவை
நம் பாராட்டை ஒன்றும் ரசிக்கப்போவதில்லை!
சுகமாய் நுகரும் வாசம்தந்த பூ
நுகர்ந்த வாசத்தைத் திருப்பிக் கேட்பதில்லை!
பேருந்துப் பயணத்தில் பார்த்துச் சிரித்த குழந்தை
நமக்குள் செய்த ரசவாதம் அறியப் போவதில்லை!
ஆயினும் ஆயினும் எத்தனை இன்பம்
அறியாமலேயே இங்கே பகிர்ந்து கொள்கிறோம்!
ஒருசிறு புன்னகை உதிர்ப்பதினாலே
ஏதோ ஓர் உள்ளத்துக்கு ஒத்தடம் கொடுக்கிறோம்!

ச.பவித்ரா

அந்த நாள்......

தன்னம்பிக்கையின் துணையோடு

தைரியமாய் ஒரு பயணம்....

"பல வேடிக்கை மனிதரைப்போல

நானும் வீழ்வேன் என்று நினைத்தாயோ"

என்ற உயர்ந்த சிந்தனை...

சிரமங்களோடு போராடினால்தான்

சிகரம்தொட முடியும் என்ற உயர்ந்த லட்சியம்...

விழும்போதெல்லாம் எழுந்துநிற்க வேண்டும் என்ற

வலிமைவாய்ந்த எண்ணங்கள்...

கனவுகளும் கற்பனைகளும் ஒன்றுபடட்டும்,

அதில் நின்று தனிஒருவனாய் முயற்சிகள்

செயல்படட்டும்,

ஆம்,

தோல்விகள் படிகட்டுகளாகி,

வெற்றிகள் தலைநிமிர்ந்து நிற்கும்

உன்னால் ஒருநாள் !

சேலம் த.கலையரசன்

அம்மா

அம்மா :

நான் வாழ்வில் வேறு எங்கும் கண்டிராத

அழகிய மூன்று எழுத்து கவிதை,

கோபத்தை கூட அக்கறையாய்க் காட்டத் தெரிந்தவள்,

உணவு ஊட்டும் போது நாம் இன்னும்

ஐந்து உருண்டைகள் தான் என,

உணவு மொத்தத்தையும்

ஐந்து உருண்டைக்குள் அடைக்கத் தெரிந்தவள்,

வாழ்வில் ஏதேனும் ஒரு இடத்தில்

தந்தையுடன் சண்டை இட்டால்,

வார்தைகளை தந்தை உடையதாய் ஆக்கி

மனதை நம்மிடம் தொலைப்பவள்,

நாம் வேதனையுறும் பொழுது

தாமாக உச்சரிக்கும் சொல் "அம்மா"

வெ.ஹரிஹரன்

அவர்கள்

அவள் அதிகாரத்தில் இவனுக்கு இடமுண்டு
இவன் அதிகாரத்தில் அவளுக்கும் இடமுண்டு

இவர்கள் அதிகாரத்தில்
திருநங்கை திருநம்பிக்கான அங்கீகாரம் எங்கே ?

இன்னும் பல அறியப்படாத பாலினங்கள்
சுதந்திர யாசகம் தேடுகிறது மறைமுகமாய்...

அவர்களின் கோப்புகள் பல
கோமாளிகளுக்கு இடையில் மாட்டி தவிக்கிறது

ஆண் பெண் தான் என்னும் அகந்தை கொண்ட
அறிவியல் சமுகமே அறிந்துக்கொள்,
ஆம் இவர்களும் மாற்று மனம் படைத்த மா மனிதர்கள்
தான்!

பாரதி ரசிகன்

அவள் அப்படித்தான்!

தூக்கத்தில் ஏதேதோ உளறுவாள்
தூக்கத்தில் இருக்கிறாய்
உறங்கப் போ என்றால்
என் உளறல்கள் கேட்பது தவிர
உனக்கு வேறென்ன பணி என்பாள்

சரி உளறு கேட்கிறேன் என்பேன்
நான் உளறுகிறேனா என்று கோபமுறுவாள்
நீதானே சொன்னாய் என்பேன்
அய்யோ உளறிவிட்டேன் என்றே
உளறல்கள் தொடருவாள்

அவள் அப்படித்தான்..!!

மதி

அவள் ஆம் நான்! யார் அவள்?

அவனை கண்ணாய் காண்பதால், அவனை எந்நேரமும் நினைப்பதால்,
அவனை வாடாமல் வைத்திருப்பதால்,
அவனை வையமாய் பார்ப்பதால்,

அவனை நெஞ்சோடு சுமப்பதால், அவனை கண்டால் கரைவதால்,
அவனை கலங்காமல் காப்பதால்,
அவனை அணைத்து அரவணைப்பதால்,

அவனை காதலனென்று அழைப்பதால்,
அவனை தயங்காமல் தாக்குவதால்,
அவனை உயிரென்று உரைப்பதால்,
அவனை சுற்றி உலா வருவதால்,

தேகம் மட்டும் தந்ததால், தாசி என்றே ஆனதனால்,
காதல் மட்டும் தெரிந்ததனால், கானலாய் காதலை இழந்ததினால்,

ஏளனமாய் ஏமாற்றும், அவள் ஆம் நான்!
கைகள் தீண்டதகா கேவலமான, அவள் ஆம் நான்!
ஏன் அவளாய் மாறிய என்னவள் நான்!

வா .விஷ்ணு பிரியா

இயற்கையே ஏங்கும் தேவதை...!

அவளின் நறுமணமிக்க கூந்தலினை மணக்கவும்,
மாசுக்காற்றினை உண்டாக்கி அவளின்
இமையசைவைக் காண ஏங்கும் இளந்தென்றலே !

கரியமிகு மேகங்கள் இருள் சூழ!
இடிமின்னல் அவள் வருகைக்காக
கர்ஜனையோடு சப்தம் எழுப்ப
அவள் அச்சத்தினைக் காண ஏங்கும் இடிமின்னல்களே!!

அவள் முகப்பொலிவினைக் கண்டு மெய் மயங்கி
தன்னையும் அறியாமல் தேய்ந்து கொண்டிருக்கும்
தேய்பிறை நிலவே!!

நீங்கள் காண ஏங்குவனவெல்லாம்
அனுதினமும் காணும் பெரும் வரம் பெற்றுள்ளேனே!!

Govarthanan.B

ஈக்கும் புழுவுக்கும் கவிதை இனிப்பதில்லை!

அதிகாலை அலையும் ஆகாயப் பறவைகள்
அடிக்கடி எழுப்பும் படபடச் சத்தம்

படபட ஓசையும் குயில்களின் பாடலும்
கவிதைக் காட்டின் காந்தாரக் கீதமோ?

மேகங்கள் மோகமுறும் சொப்பனக் கவிதைகள்
சோகமுறும் புழுக்களின் வலிப்பாட மறுக்குதோ?

புழுவாய் நாங்கள் இடியென நடுங்கும்
பறவைகள் போடும் கூச்சல் வேட்டைகள்

கவிதைகள் களிக்கும் தேனினி மயக்கங்கள்
மதுசேர்த்த ஈக்கள்தம் துயர்போக்கக் கூடுமோ?

இனவழிப்பின் வாகையில்
தனிச்சுவையில் தேன்துளிகள்...
கடந்துவந்தக் கொடுமைகள்,
அகதிப்பாடும் கீதங்கள் – அவை
அழுதொலிக்கும் ரீங்காரங்கள்!

ருபீன் பிரவீண்

உன்னை உணர்ந்துவிடு...!

எல்லாம் மாயம்

எதுதான் நியாயம்

உன்னை உணர்ந்து விடு

வாழ்வை உயர்த்தி விடு

உண்மையாய் உழைத்து விடு

வாழ்க்கை இங்கே வரமுனக்கு!

தவமாய் இங்கு துன்பங்கள்

மேகமாய் மாய தூபங்கள்

எதுவும் நிலைத்திடவில்லை

நடப்பதும் நிச்சயமில்லை

எண்ணம் உயரே வைத்துவிடு

உயிருள்ள போதே பாடுபடு

கருத்தாய் நீயும் பிழைத்துவிடு

காயம் எல்லாம் மறந்துவிடு

உயருவாய் நீயும் ஒருநாள்

மின்னுவாய் வானில் பலநாள்..

கர்ணா ராகேஷ்வர்.த

உன்போல் நான் வாழ...சூரியன்!

நீ இன்றி நான் இல்லை,
நான் மட்டுமல்ல எவ்வித உயிரினமுமில்லை,
இருப்பினும் உன்னை நாங்கள் நேசிப்பதில்லை;
அனைத்து உயிரினங்களின் உணவுக்காக உதவுகிறாய்,
அனைவருக்கும் இலவசமாக வெளிச்சம் தருகிறாய்,
இருப்பினும் அனைவரின் குறைசொற்களுகே
ஆளாகிறாய்;
எல்லோருக்கும் வாழ்வில் புதிய வெளிச்சம் வர
தினமும் புத்துணர்ச்சியுடன் நீ வருகிறாய்!
ஏனோ உயிர்கள் அதை மறக்கின்றன!
உன்னைப் பழிக்க ஆயிரம் பேர் இருக்க,
உன்னை ஊக்கப்படுத்த யாரும் இல்லாதிருக்க
அப்போதும் உன் கடமை பணியிலிருந்து சோர்வுறாமல்
என்றும் நீ நீயாகவே இருக்கின்றாய்..
உன்னைப்போல நான் வாழ ஆசைப்படுகிறேன்....
சுயமாக! நான் நானாக!

அபிநயா முருகேசன்

உயிர்ப்பிக்க இருமொழியே ஒருவழி!

அடிப்படையாம் நடையதனைப் பழகாப் பிள்ளை
அடியெடுத்து ஓடியதாய் சரித்திரம் இல்லை!
பிறந்திட்ட நாள்முதலே பெரும் புகழைக்
கொண்டிருக்கும் பிறமொழிக்குத் தாய்மொழியாம்
நந்தமிழை பள்ளிகளில் தழைக்கச் செய்யாது
அழித்தொழித்தல் சரியாமோ?
உற்றமொழி உறுதுணையாய் இல்லாத நிலைதன்னில்
கற்றமொழி மட்டும் - நாம்
கரம் பிடித்தல் முறையாமோ!
ஓடுதற்கொரு அடிப்படையாம் நடைபயில
நந்தமிழர் நாளும் தமிழ்க்கற்று
நடைமெலிந்த தமிழ்மொழியின் கரம்பிடித்து
மொழி வளர்க்க முத்தாய்ப்பாய்
முழு அறிவு பெற்றிடவே - தனியுடைமை
பெற்றதுவாம் தமிழ்மொழியை வணங்கிடுதல்
இங்குள்ளோர் எல்லோரும் தமிழ்படிக்க ஒருவழியாம்!

மா.தமிழ்ச்செல்வன்

எண்ணம்போல் வாழ்க்கை

எண்ணமே ஒருவருடைய வாழ்க்கையில்
ஏற்ற இறக்கங்களை கொடுக்கும்.
எண்ணங்களே ஒருவருடைய பிம்பங்களாகும்.
நேர்மறையான எண்ணங்கள் வாழ்க்கையை
சிறப்பாக்கும்.
எதிர்மறையான எண்ணங்கள் வாழ்க்கையே சீரழிக்கும்.
சுயநலன் அற்றவர்களின் எண்ணம் சுற்றத்தாரையும்
பேணிக்காக்கும்.
சுயநலவாதிகளின் எண்ணம்
அவன்நலத்தில் மட்டுமே அக்கறைசெலுத்தும்.
எண்ணங்கள் தூய்மையாய் இருப்பின் வாழ்க்கையில்
எவ்வித துன்பங்களுக்கும் இடம் இருக்காது.
எண்ணம் போல் தான் வாழ்க்கையே தவிர
எண்ணிக் கொண்டேயிருந்தால் வாழ்க்கையை வாழ
இயலாது...!

உயிர்த்தெழு நதியா

எண்ணும் எழுத்தும் தமிழின் கண்கள்

எழுத்துகளில் மாத்திரையாகி எண்களில் இலக்கியமாகி
கண்களாய் இவற்றை வைத்து காலம் கண்ட தமிழ்
பண்களோடு பாக்களாகி நன்னடை நடந்த தமிழ்
அதோடு நாவினிக்க வந்த தமிழ் – பற்பல
எண்ணம் பகன்ற தமிழ் - அதில்
எழுத்துகள் பல கண்ட தமிழ்
அன்பில் ஆட்படுத்தும் அமுதெழுத்து
அறிவின் ஆச்சரியம் சொல்லும் எழுத்து
மயிர்க்கூச்செரியும் எழுத்து – உளம்
பயிர் செய்யும் எழுத்து – மெல்ல
உயிர்த் தீண்டும் எழுத்து – இவையோடு
நெகிழ்த்து முகிழ்த்து மகிழ்த்தும் எழுத்து
கண்ணீர் சொரியும் காவிய எழுத்து
தண்ணீராய் தான் பிரவாகிக்கும் எழுத்து
நம்பிக்கை தரும் நல்லெழுத்து
முரண்பாட்டைப் போக்கும் முரட்டெழுத்து
மண் வாழும் உயிர்களுக் கெல்லாம்
மகத்தான மார்க்கம் சொல்லும்
மாபெரும் சாம்ராஜியம் எழுத்து! – ஆக
தமிழின் இரு கண்களாம் எண்ணும் எழுத்தும்.

குந்தவி

என் பாலைவன பூமி

நம் முதல் சந்திப்பில்
நீ உன் காதலை என்னிடம் சொல்ல,
பூரிப்பில் அன்று அழுத என்னை கட்டி அணைத்தாய்!

உன்னுடன் சிரித்ததை நினைத்து அழத்தெரிந்த எனக்கு,
ஏனோ, உன்னை மறக்கத் தெரியவில்லை!
அழகிய ஓவியம் வரைந்து விழிகளைப்
பறித்துவிட்டாயடா!
இன்று, அழுவதற்கும் கூட கண்கள் இல்லாமல்
தவிக்கிறேன்!

நீயே என் உலகம் என்றதால்
இன்று என் பூமி பாலைவனமாய் காட்சி அளிக்கிறதோ?
தானம் கொடுத்து பழகிய எனக்கு,
பெறப்போவது நீ என்று தெரியாமலேயே
அ(ழி)ளித்துவிட்டேனடா
என் அன்பான இதயத்தை!
சரி,
உன் பிரியமானவளுடன் நீ இருப்பதுவே உனக்கு
பிரியம் எனில்,
உன்னை பிரிவதிலும்
எனக்குப் பிரியமே!

பூஜா பிரசாத்

என் முடிவில்லாத இரயில் பயணங்கள்

பேரன்பின் கணங்களை
சுமந்து கொண்டும்
ஒரு கோப்பை தேநீர்
அருந்தி கொண்டும்
யாருக்காகவோ காத்திருந்த
இருக்கையில் நான் அமர்ந்து கொண்டும்
வாங்க முடியாத புத்தங்ககளை
நோட்டமிட்டு கொண்டும்
பையில் இல்லாத ஒன்றை
தேடிக் கொண்டும்
அம்மாவின் கையை இறுக்கி பிடித்திருக்கும் குழந்தையை
ரசித்து கொண்டும்
தொடங்கியது என் முடிவில்லா ரயில் பயணங்கள்

பிரியதர்ஷினி. ம

ஒரு காதல் பயணம்

பூங்காற்று வீசும் வழியெங்கும் புது பாஷை
தோன்றுதே..
உன்னோடு பயணத்திலே புது மின்னல் வீசுதே...

உன் பேரை சொல்லி சொல்லி
உதடுகள் இரண்டும் வலிக்கிறதே..
உன் வாசம் இல்லாமல் மூச்சு காற்றும் நகராதே..

சாலையோர வழி பலகை எல்லாம் உன் பெயரை
சொல்கிறதே..
நடிகை பல இருந்தாலும்
சுவரொட்டியில் உன் முகம் தான் தெரிகிறதே...

கார்மேகம் யாவும் உன்-
நினைவுதன்னை சிந்தி செல்கிறதே..
மலைமீது மேகங்கள் யாவும்
என்னை உரசி விட்டு நகர்கிறதே..

செல்லும் தூரம் குறைகிறதே..
உன் நினைவு மெல்ல தேய்கிறதே..
கல்லறையில் உன் உடல் இருக்கிறதே..
என்னுடல் உன்னருகில் மடிகிறதே...

மணிகண்டன்

ஒரு கோப்பை வலி

தரைக்கும் எனக்கும் நான்கைந்து அடிகளின் தூரம் தான்;
ஆனால் அதே நேரம் மேகங்களின் நடுவே மெதுவாய்
நான்,
ரயிலொன்றில் பயணிக்கிறேன்,

வானக்கண்ணாடியில் முகம் பார்த்தால்,
எனக்குப் பதிலாய் எவனோ ஒருவனின் உருவம்
தெரிகிறது;

அருகே சென்று உற்றுப்பார்த்தால்,
விழிகளின் கருமணியிலே
கண்ணீர்க்குளம் வற்றிப்போய்க் காட்சியளிக்கிறது;

ஒரு கோப்பை வலியை அருந்திவிட்டு,
பித்துக்குளித்தனமாய் இங்கு சிரிக்கிறேன்;

இவையெல்லாம் உளப்பிறழ்ச்சியோ?
நிலையில்லாத மனதின் மையப்பிறழ்ச்சியோ?

Rishi K

ஒரு தபால்

ஜாடை பேச்சுக்கள் இல்லை ;
கோயில் சந்திப்புகள் இல்லை ;
அனுதினம் விழிகள் மோதும் தரிசனம் இல்லை ;
தூது விடுவதற்கு புறா மழலைகள் இல்லை ;
தெருவோரம் அண்ணாச்சி கடைகளில் தொலைபேசி
அழைப்புகள் இல்லை ;
தேதி காலண்டர் கிழிக்காத நாட்கள் இல்லை ;
என்றேனும்
நீ நலமாய் இருக்கிறாய் என்று நானும் ;
என்னைத்தான் நினைத்துக் கொண்டிருக்கிறாய் என்று
நீயும் ;

எழுத்துக்களால்
நகராத நாட்களை நகர்த்தி
காத்திருப்பதை சுகம் என்று உணர்த்தி
எங்கள் உறவை எழுத்துக்களால் கோர்த்து அழகு
பார்க்கும் உன்னை என்றும் மறவேன் ..!
" ஒரு தபால் "

சச்சின் குமார்

கனவுகளுக்காய்!!

வழியறியா பயணம் இது
விடையறியா கேள்விகளோடு
இன்னும் தேடிக் கொண்டே தான் இருக்கிறேன்...
தேடல்களின் ஓவியமாய் கிறுக்கல்கள்
கிறுக்கல்களினுள்ளே எனக்கு மட்டுமே தெரிகின்ற
கனவுகள்.
கனவுகளைத் தேடி சில கனவுகளைத் தொலைத்து,
வெற்றிப்படிகள் மட்டும் இன்னும் கட்டப்படாமலிருக்க
எங்கணம் செல்வேன் கனவுகளை நோக்கி?
செங்கல்கள் யாவும் என் கனவுகளின் பாதியை அல்லவா
கேட்கிறது..
இருப்பினும் கனவுகள் மட்டும் இன்னும் தீராமலிருக்க
படிகள் யாவும் இடிந்த கொண்டே தான் இருக்கின்றன.
இடிந்த படிக்கட்டுகளிடம் இறைஞ்சுகிறேன்,
அது என்னைப் பார்த்து ஏளனமாய் சிரிக்கிறது
அதற்கு பதில் சிரிப்பை கொடுத்துவிட்டு
மீண்டும் கட்டுகிறேன் என் கனவுகளுக்கான
படிக்கட்டுகளை!!

கிருத்திகா ஜெயசங்கர்

கற்க கசடற

கல்வி,
அழியாச் செல்வம்;
அறியாமையை நீக்கும்;
கற்றது கைமண் அளவாகும்;
அதுவே உற்ற துணையாகும்;

ஐம்புலன்களும் தகவல் சேர்க்க,
அறிவின் வினையூக்கியாய் கல்வி ஆக,
கற்றவன் சென்ற இடமெல்லாம் சிறப்பாக,
கலியுகத்தில் கல்லாமை இல்லாமலே போக....

இளமையிலும் கல், வறுமையிலும் கல்,
இன்பத்திலும் கல், துன்பத்திலும் கல்,
களவும் கற்று மறந்து செல்,
கற்ற வழி செல், கற்பித்து செல்!!

திவ்யா சுரேஷ்

கற்பனை உலகு !

உண்மையில் ஒருவரின் கற்பனை உலகு,
பிரபஞ்சத்தை விட பெரியது !
அதற்குள் சொல்லி விட்டதை ஏன் கூறினோம் ?
சொல்லாமல் விட்டதை எப்போது கூறுவோம் ?
நடந்து முடிந்த ஒன்று ஏன் நடந்தது ?
நடக்காமல் போன ஒன்று நடந்தால் என்ன ?
கையில் கிடைத்தது எதற்கு ?
கிடைக்காமல் போன ஒன்று மீண்டும் கிடைக்குமா ?
இவ்வாறு முரண்பாடான எண்ணங்கள் நிறைந்ததே !

உள்முகம் கொண்ட கற்பனை உலகை விட்டு
கொஞ்சமாக நகர்ந்து வந்து வெளி உலகில்....

சிறிது குழப்பினாலும், அதன் போக்கில் உள்ள
சின்ன சின்ன அழகியலில் வாழ்ந்து களிப்போம்

கார்த்திகா

கற்பனைக் காதலி

இவளது கற்பனையைக் கண்டால்
கற்பனைக்கே கண்ணீர் வரும்
கானல் நீர் போல
காதல் எனும் மூன்றெழுத்து
சிலருக்கு வெற்றியாக..
பலருக்கு தோல்வியாக...
ஆனால் இவளுக்கோ வெறும் வெற்றிடமாக!!!
வெற்றிடத்தின் காரணம் விருப்பம் இல்லாமல்
என்றில்லை...
விரும்பிய யாவரும் விதியின் விளைவால் தன்னை
விடுத்துப் போகும் வலியை உணரும்
வலிமை இல்லாததால் மட்டுமே!!
இவனது காதலி என்று உரைப்பதை விட
கற்பனையின் காதலி என்று உரைப்பதே
இந்த காரிகைக்கு அலாதிய பெருமையும்!!
பேரின்பமும்!!

சீ.கார்முகில்

காதல்

சூரியனுக்கு பனிதுளியின் மீது காதல்

கடலுக்கு நிலவின் மீது காதல்

மழைக்கு மண்ணின் மீது காதல்

வண்டிற்கு மலரின் மீது காதல்

தாமரைக்கு நீரின் மீது காதல்

பூமிக்கு சூரியனின் மீது காதல்

குயிலுக்கு விடியலின் மீது காதல்

மயிலுக்கு மழையின் மீது காதல்

வானுக்கு வானவில்லின் மீது காதல்

இதையெல்லாம் விட சிறந்த காதல்

சேயின் மீது தாய் கொண்ட காதல்.

பூஜா

காதல் கள்வன்

மறைந்திருந்து காண்பதால்
கள்வன் என நினைக்காதே!
உன்னை நேரே காண
கண்கள் கலங்கி நிற்கும் நிலையை நீ அறிவாய்....
அம்மாவிடம் தோற்கும் குழந்தை மனம் உனது
உன்னை காண மாறு வேடம் பூண்டு வருவேன்!
மனம் மாறாமல் காத்திரு!
நேரம் என்னும் காலனோடு
வீர கொடி காட்டி சிறகடித்து நின்றிரு!
வெற்றி என்னும் மாலையோடு வருவேன்,
விடியல் எனும் காவலர்கள் முன் விரல் பிடிக்க...!
வெள்ளை ரதத்தில் விரைவாக வருவேன்!
அதுவரை என் காதலை உன் இதயத்தில் துடிக்கவிடு
உன் துடிப்புதான் என் வேகம் ...
பிரிய மனமில்லாமல் பிரிகிறேன் ....
வெள்ளை வைரத்தால் உன்னை அலங்கரிக்கும் ...
உன் காதல் கள்வன்.....

Harish Raja

சற்று உள்ளே...

சற்று உள்ளே..
என்றும் ஒரு பொய்யற்றவன் வாழ்ந்துக்
கொண்டிருக்கிறான்
மறைமுகமாக, அவனே மனசாட்சி..
உண்மையால் உருவாகி உருவமில்லாமல் என்னுள்
வாழ்பவனுக்கு,
நான் வைக்கும் பெயர் மனசாட்சி..
நான் நானாக வாழவில்லை,
என் மனசாட்சிக்கு ஒரு உடல் கொடுத்தோமானால்
அதுவே நான்..
யாராலும் ஏமாற்றப்படாமலும் யாரையும்
ஏமாற்றாமலும்,
வாழும் உன்னத ஆன்மா அவன்..
உன் மனதிற்குள் சற்று உள்ளே செல்,
உன்னுடைய கேள்விக்கு எல்லாம் அங்கே பதில்
உள்ளது..
மனம் என்ற கடலில் எழும் எண்ண அலைகளைப்
புரட்டிப் பார்..
உன்னை நீ கண்டுபிடிக்கலாம், உன்னை நீயே
கற்றுக்கொள்ளலாம்..
கேள்வியும் உன்னிடத்தில், பதிலும் உன்னிடத்தில்..
மனதிற்குள் உள்ளது மனசாட்சி..
நீயும் சற்று உள்ளே செல்,
சகலமும் புரிந்துவிடும்...

பவித்ரா .அ. கோ

சாதி

தலைப்பை பார்த்தவுடன் முகம் சுளிக்காதீர்கள்,
இவ்வரிகள் படித்தால் தீட்டென்று ஒதுக்கிவிடாதீர்கள்,
நா னெந்த சாதியென எண்ணாதீர்கள்,
இதைக் கண்டதும் கண்ணீர் வடிக்காதீர்கள்

ஏனின்னும் உங்கள் சிவந்த பார்வை மாறவில்லை?
எங்களடிமை பிம்பத்தை அகற்ற மனமில்லையா ?
நீங்கள் சாதியால் சாதித்தது போதும் !
சாக்கடையில் இருக்கிறோம் கரம் தொட்டு தூக்கி
விடுங்கள்......

நா னெந்த சாதியென எண்ணாதீர்கள்.

இனியன்

சித்திரங்கள் நீயோ

சிறிய மலராய் இருக்கும் என்மகளுக்கு
எப்படி காட்டுவேன் இவ்வுலகை?
எங்கும் மாசு மனித மனங்களிலும் கூட..
நம்பிக்கை ஊட்டத் தந்தை தழுவினாலும்
தவறாய் தான் நினைக்கச் சொல்வேனோ?
கண்ணாடி மாளிகையாய் இருக்கும் உன் மனங்களை
அரக்கு மாளிகையாய் எரிய வைப்பேனோ??
என் மகள் பெரிதாகி கார் வாங்கும் போது என்ன
தோன்றும்?
கார்கள் உன்னை போன்ற மலர்களை சிதைக்கவும்
பயன்படுமென்று!
எனக்கு பிள்ளையே பிறக்காது என்று தெரிந்தும்
உன்னை விரும்புகிறேன்..
மருத்துவர் சொன்ன சொல் பொய்க்கும்படி..
வன்மையை எதிர்த்து போராட
மென்மையாய் இப்பேதைக்கு தோன்றிடு!!!

ஐஸ்வர்யா குமரவேல்

சிரிப்பு

பிறிதொருவரின் ஆண்டாமையின்
பிடியில் விடுபட்ட மனிதனுக்கு
மகிழ்வு சிரிப்பு

தீயவரின் தீண்டாமையில் தீம்பட்ட
மனிதனுக்கு கவலை சிரிப்பு!
பிறரின் பார்வையில் அகப்படாது களவு செய்பவற்கு
புண்முறுவல் சிரிப்பு!

ஒற்றையடி பாதையில்
அச்சம் கொண்டு செல்பவற்கு
அகோர சிரிப்பு

சோலையில் பயிற்சி சிரிப்பு
கிரகத்தில் பருக பருக
தெவிட்டாத மகவின் சிரிப்பு

அச்சம் கொள்ளும் அகோர சிரிப்பு
மகிழ்விக்கும் புன்முறுவல் சிரிப்பு
இவையனைத்தும் சேர்ந்து காணப்படும் சிரிப்பு
தெவிட்ட ாத மகவின் சிரிப்பு

பெருந்துறை மு.திவ்யா

சிறகை விரி மனிதா...!

கூண்டுக்கிளியாய் இருக்கும் நீ ,
மாடப்புறாவாய் மாற முடியும்....
தூண்டில் மீனாய் சிக்கிய நீ
பாயும் சுறாவாய்ப் பறக்க முடியும் ...

பார்த்ததும் மயங்கி விடாதே..
பக்கம் சென்று பழகிப் பார்
கொத்தித் தின்னும் கழுகு கூட்டம் அது...

கஞ்சி குடித்தாலும் நெஞ்சில் உதைக்கும் உலகம் இது..
சிறு தீப்பொறியும் சுட்டெரிக்கும் தீப்பந்தம் நீ..
மறு உருவெடுத்து வதம் செய்யும் கண்ணகி நீ....

சிறகை விரி! வானில் எழு!
வானம் வசப்படா விட்டாலும்
பூமியின் சிறகுகளை தரிசனம் செய்.....

சட்டென்று சிறகைவிரித்து பட்டென்று போரை
நிறுத்து....
நிமிர்ந்து வா குனிந்தது போதும்
சிறகை விரித்த மனிதப் புறாவே.......

இசை பேச்சாளன் கலாபாரதி ராஜாராம்

சுதந்திர தினம்

பெற்று விட்டோம் சுதந்திரத்தை எப்போதோ

மெய்யான கொண்டாட்டத்தை சுவாசிப்பது எப்போது?

பாலின வன்கொடுமைகள் வேரறுக்கப்படும் போது!

சுய வேலைவாய்ப்புகள் துளிர்த்து மிளிரப்படும் போது!

பண்பாட்டில் ஒளிந்திருக்கும் அறிவு

வெளிக்கொணரப்படும் போது!

விவசாயிகளின் வங்கிகளில்,

தானியங்கள் பணங்களாக்கப்படும் போது!

ஊழலில்லா தாயகம் புத்துயிர் பெறும் போது!

தீவிரவாதங்கள் தலைமையற்று செயலிழக்கப்படும்

போது!

பட்டினி சாவுகள் குறைக்கப்படும் போது!

இன்னும் பல எப்போதோ....

இப்போது சுதந்திர தின வாழ்த்துக்கள்....... !

பவித்ரா ஆறுமுகம்

சுதந்திர பாரதம்

மூளை மடிப்புகளின் வரப்புகள் வழியே
உரிமைக்கான உதிரம் - பாய்கிறது
உண்மை இதுவென உரக்கச் சொல்லிட
அதற்கென உயிர்பலி- கேட்கிறது
ஆணின் ரௌத்திரமோ அவன் மனைவியின்
அடுப்படி பிழையை- திருத்திடத்தானா..?
கேளிக்கைப் போலே நியாயமான கோரிக்கையும்
சமூக ஊடகத்தில்- அடங்கிடத்தானா..?
பிரச்சனையற்ற வாழ்வு உயிரைத் திருகும்போதும்
உனதிது எதுவென- துறவாதே..!
பிறநாட்டார் நாயகம் செய்யும் ஜனநாயகம்
நமதினைக் காப்பாற்ற- மறவாதே..!
இந்தியாவை கொள்முதல் சந்தையாய் காண..!
ஆட்டு மந்தைகளாய்- மாற்றி,
மேலைநாட்டின் கலாச்சாரத் துண்டின் மறைவில்
விலைபேசி விற்கப்- படுகிறோம்..!
இப்படி ஆயிரம் பிரச்சினை கிடப்பில்
கிடக்க "ஆடைக்குறைப்பில் ஆர்வம்
காட்டும் அல்டாப் ராணி" - என்ற செய்திக்கு
கிடைத்த லாபமோ 6 சதவீதம்

அன்பின் இரவல்

தேவதை தேவையில்லை!

"ஓ!பெண் குழந்தையா" என்று,
கேட்கும் பல ஏளன நாவுகள்,
தானும் பெண் என்பதை மறந்து விடுகிறதா?

அவனைப் பெற்றெடுக்கும் பொழுதும் வலிக்கிறது,
அவளைப் பெற்றெடுக்கும் பொழுதும் வலிக்கிறது,
ஆனால் அவளா என்று கேட்கையில் இன்னும் ஏன்
வலிக்கிறது?

தாய்ப்பால் கேட்டுத்தான் வந்தாய்,
கள்ளிப்பால் கொடுத்து தான்,
அனுப்பி வைக்கிறார்களா?

அவள் சத்தம் கேட்கக் காத்திருந்து,
அவளை சத்தமே இல்லாமல்,
சாவின் கையில் கொடுப்பது சரியா?

வேண்டும் வேண்டும் என்று பெற்று,
வேற்றுமை பல காட்டி,
தேவதையை தேவையில்லை என்கிறோம்!

சதாக்ஷி .சி

நட்பு

எதிர்பாரா நட்பின் அழகே தனி ..
பழகும் அனைவரிடமும்
அலைவரிசை ஒத்துப்போகாது !
பலரை சந்தித்தும் சிலரிடமே ஏற்படும்,
காசு பணம் தேவயில்லை,
அதனை வர்ணிக்க வார்த்தையில்லை !
அழுகுரல் கேட்கும் முன்
அனுமதியின்றி துணை நிற்பான்..!
அவன் வாழ்வில் ஏற்படும் சோகம்
அவனைவிட நம்மை அதிகம் உருக்கும் !!
புனிதமானது , உன்னதமானது !!
நட்பே துணை !

அகன்யா பா

நமக்காய் நம்மவர்க்காய்...

நம் தேசத்தின் முதுகெலும்பாம்
பாட புத்தகங்களில் வரையறுக்கப்பட்டது
நடைமுறையில் ஏனோ மறக்கப்பட்டது...
உண்ணும் போது ருசி அறிந்து சிலிர்க்கிறோம்
காரண கர்த்தாவின் வலி உணர மறுக்கிறோம்
'பசி வந்தால் பத்தும் பறந்து போகுமாம்'
எவனோ சொன்ன கூற்றையும் பொய்யாக்கிவிட்டனர்
அவன் சந்ததியருக்காய் சக மனிதருக்காய்
சுக துக்கம் மறந்து தலைநகரிலே...
பின்னோடு எதுவும் நடந்திடாதா என்றே
முன்னே ஏர் உழுகின்றனர்
அவை யாவும் ஏக்கங்களாய் போய்விடாமல்
என்றேனும் நிறைவேற கொஞ்சமேனும் பாடுபடுவோம்
புதைந்து கொண்டிருக்கும் விவசாயத்தினை
மீட்டெடுப்போம்!

ஜெ.வி.க

நான்

மண் துளிரும் விதையாய்,
கண் திறந்து பொழில்தனில்,
நற்சேயாய் முளைத்தேன்,
எம் இயல்பு இயம்பாதிருக்க,
யாயும் எந்தையும் - தாம்
கண்ட மதமெனும் கரில் தீயில்,
மெய்யுணராது எம்மை வீசி
திளைக்க - எம் அறிவின்
முன் மடல் நன்நெறியை
கற்றுணர, பகுத்தறிந்து
விழுந்த குழியில் விம்மி
நில்லாது சிந்தை சீர்
செய்து கற்றுக் கவித்து,
உந்தி கற்பித்து ஒன்றாக்கி,
புரட்சி செய்ய முற்படும்
சிறு கவிஞன் நான்.

சுந்தரபாண்டியன்.பா.சு

நிசியுறும் பேறு

இந்த இரவு மிகக் கோரமாய் இருக்கின்றது
இன்று என் இதயத்தை இரக்கமின்றி அது
கூறுபோடுகிறது

இதே இரவுதான், அன்றும் இருந்தது -
பேரழகின் உச்சம் சொட்டச்சொட்ட
என்னிதயத்தை மெல்லிறகாய் வருடியிருந்தது

இப்படியான பூடகத்தில்,
நீங்கள் அவளையோ அவனையோ உங்கள்
நெஞ்சம் தொட்ட இரவையோ நினைத்தால்
நீங்கள் வலிகளில் வலிமை மீட்டும்
ரசனைகளுள்ளானவர்கள்

நண்பனையோ உறவையோ
நிலாச்சோறையோ நினைத்தால்
நீங்கள் தேவதைகளால் சபிக்கப்பட்டவர்கள்

நான் தேவதைகளை வெறுப்பவன் வலிமையற்றவன்
நீங்களும் தான்

இரவாடி

நிலா

நிலவுக்கு வேண்டுமென்றால்
தான் வெறும் பாறையாகத் தோன்றலாம்

இரவின் நிழலில் ஏங்கும் தனிமையில்
எட்டிப் பார்த்தால் அவள்
முகம் காட்டும் கண்ணாடி!

இளம் மொட்டுகளுக்கு
இட்லி சுடும் பாட்டி!

இதழ் கொஞ்சுகையில்
உதடுகள் இடையே ஊடுருவும்
ஒளிக்கீற்று...!

ஓநாய்களின் ஒருதலை ஓலம் !

ஆனால் எனக்கோ,
கவிக்கு
ஒர் காரணம்...!

கோ. கார்த்திகேயன்

நேரம் கிடையாது!!

அரசமர திண்ணையில் ஓர் கூட்டம்
இரு எறும்புகள் அவ்வழியில்;
ஓர் எறும்பு யார் இவர்கள்?
இறைவன் மறந்து மனிதன்
எனப் பெயரிடப்பட்டவர்கள்!!

ஏன் இங்கு அமர்ந்திருக்கிறார்கள்?
காலத்தை எப்படி கடப்பது
என்று சொல்லித்தர - இவர்களின்
சிரிப்பின் காரணம்? எவனோ
ஒருவனின் அவமானத்தின் வெளிப்பாடு!!

ஈன்றவர்கள் கேட்பதில்லையா?
உடைந்த பானையில் தண்ணீர் தங்குமா என்ன! -
போதும் போகலாம்
நின்று நேரம்கழிக்க இவர்களைப்போல் நேரம்
கிடையாது

எஸ்.கே.

பாரதியார்

எட்டையபுரத்தின் தமிழ் ஏடே!

எட்டுச்சுவடியை எட்டிப்பிடித்தவனே

எட்டாத உன் தமிழ் புலமைக்கு இவ்வுலகம் எட்டுமோ?

வாழவேண்டிய வயதில் வள்ளல் ஆனாய்....

வெள்ளையனிருக்கும் மேற்கில் மறைந்து,

சூரியனைப் போல் கிழக்கில் தோன்றினாய்

புதிய விடியலாக....

அச்சமில்லா ரௌத்திரம் பழகவைத்தாய் பேச்சால்....

விழித்தது பாரதம்,

மறைந்தது அடிமை,

உயர்ந்தது தமிழ்

உலகமே வியப்படைந்தது

உன் மரணத்தால்

இன்றும் சரித்திரம் கூறுகிறது

வீழ்வேன் என்று நினைத்தாயோ என்று....

பா.நந்தகுமார்

பிரிவிற்கு

கருவறைத் விடுத்த கொற்கைப் பரல்களே
அணிகலன் என்றோர் பிறவிப்பயன் காணும்;
உற்றாரைத் துறக்கும் கற்பாறை ஒன்றே
படைத்தவனைப் படைக்க சிற்பியின் கரஞ்சேரும்;
கூர்முனை சிந்தும் கருநீலக் குருதியே
யாப்பெனக் கேட்போர் உள்ளம் வருடும் ;
பூவிதழ் பிரிந்த மகரந்த துகள்புணர்ந்து
தனியொரு விருட்சமென மறுமுறை உயிர்த்தெழும்;
வெண்முகில் விலகும் உயிர்த்துளி மீண்டும்
பவ்வம் துளைத்து பிறப்பிடம் சேரும்;
விஞ்ஞானங்கடந்து மெய்ஞ்ஞானம் அறிந்த பின்னும்
அறிவியல் ஆய்ந்த ஆறறிவு மட்டும்,

பிரிவும் நன்றே என்றுணர மறுப்பதேனோ ?

மனோ

புதிய முயற்சி ஆத்திச்சூடி

அருகாமை தவிர்! ஆபத்தை அறி!

இல்லம் தங்கிடு! ஈரடி ஒதுங்கிடு!

உளநலம் பழகு! ஊரடங்கு மதி!

எதிர்ப்பது விடு! ஏழைக்கு உதவு!

ஐயம் விட்டொழி! ஒற்றுமை விரும்பு!

ஓய்வு பழகு! ஔடதஉணவு கொள்!

கழுவிக்கொல் கிருமியை!

காட்டிடாதே அலட்சியம்!

கிளைகளைப் பேண்! கீடம் ஒழி!

குடித்திடு மூலிகை நீர்!

கூட்டத்தில் தனித்திரு!

கெட்டிக் கவசம் அணி!

கேளிக்கைவிருந்து குறை!

கை குலுக்கல் தவிர்!

கொரோனாதொற்று ஒழி!

கோவிட்கிருமி அழி!

கௌதமபுத்தம் பழகு!

வி.பி.பூரணி

பெண்ணியம்

ஆரவாரம் எழுப்பி அகிலமும் சுற்றி
ஆர்ப்பரிக்கும் அக்னியாய் எழுவாள்!
பெண்ணியம் காப்பாள்..

அழிவிழா அமைதியாய் எழுந்து..
அந்நியம் தவிர்த்து
ஆர்ப்பாட்டமே இல்லாமலும்
சிறகடிப்பாள்!
பெண்ணியம் காப்பாள்..

பெண் புரியமுடியா புதுக்கவிதையவள்!
உருவெடுக்கும் தடங்கள் மாறலாம்
ஆனால் எழுச்சி பெண்ணியமே..

கீர்த்தனா விக்ரம்

பெண்ணே வணக்கம்!!!

அகிலமே போற்றிடும் பாலினம்
உன் பருவங்களோ ஏழாம்
உன்னுடைய உலகமோ இரண்டாம்
இதில் எதை நான் முதலில் கூறுவேன்....?
உன் அங்கங்களை மட்டுமே
ரசிக்கும் அறிவிலார் இடையிலும்
கனவுகளை ஏந்தி வீர நடை போடுகிறாயே.....
இதை கண்டு வியக்காமல் இருப்பேனோ...??
உன் இல்லம் முதல் நாட்டின் எல்லை வரை சாதித்தவள்
நீ.....
சொட்டு ரத்தம் வெளிவந்தாலே கதறுவர் இம்மானிடர்
ஆனால் நீயோ மாதம்தோறும் அனுபவிக்கிறாய்
இவை எல்லாம் சகித்ததால் தான்
கிடைத்தது தாய்மை வரமோ.....!
விவசாயம் முதல் விஞ்ஞானம் வரை
அனைத்திலும் இருப்பவள் நீ.....
நீ செல்லாத துறையும் உண்டோ.....
பெண் என்று சொல்லும் போது பெருமை கிடைப்பதை
உணர்கிறேன்.....
பெண்ணே வணங்குகிறேன்!!!

தனுஷ்மதி சுரேஷ்

பேசி முடிக்காத கதை

செவ்வானமாய்
சிவந்திருக்கிறது கண்கள்
சேவல் கொத்திய புழுவாய்
துடிக்கிறது வலியில்!
இதயமும் கூடவே...
கொத்தும் சேவலுக்கு தீணியாய்
சேர்ந்து பாடிய பாடல்கள்
கனாவில் தந்த படுக்கை கறைகள்
களைப்பில் கொடுத்த முத்த கலைகள்
கலவியில் புரண்ட மதன அலைகள்
சுற்றிய குளிரும் மலைகள்!
பேசி முடிக்காத நூறு கதைகளால்
அடைக்க முடியவில்லை
கண்களின் கதவுகளை!
ஒவ்வொரு இரவிலும்!

கொம்பு குருவி

பேரன்பு!

அமைதியின் உச்சம்!
அடை மழையின் மிச்சம்!
அடர்வனத்தின் அடிமடியில் புகைப்படக்காரன் நான்!

தலைகாட்டும் வானவில்
கற்கண்டு தூவும் வானம்!
துள்ளித்தாவித் தன்னிடம் தங்கும் மயிலும் மானும்!

புற்களின் மேலமர்ந்த நீர்க்குமிழில் முகம் பார்த்து
ஒப்பனை செய்யும் பட்டாம்பூச்சிகள்!

ஓடி ஒளிந்த வெய்யோன்
எட்டிப் பார்க்கும் வெண்ணிலா!

இவ்வழகிய தருணத்தை கருவிழிகளில்
புகைப்பட மெடுத்தவாறே உணர்ந்தேன்!
அழித்து ஆள நினைத்த மனிதனையும்
தன்னுள் அமிழ்த்தி ஆனந்தத்தையே அள்ளிப் பருகத்
தந்த
இயற்கையின் பேரன்பை!

ச.ஸ்ரீராம்

மனம்

பரந்துபட்ட எண்ணங்களின் கிடங்கு
உயிரோட்டத்தின் உந்துசக்தி
ஆழம்காணவியலாத விசாலம்
இறகை போன்ற மெல்லிய தன்மையின் இருப்பிடம் -
மனம்

தன்னகத்தே புதைக்கப்பட்ட ரகசியம் என்னும்
உருவமற்ற புதையலின் கனத்தோடும்,
பற்பல சலனங்களைக் கடந்தும் பயணிக்கின்றது.

கற்பனையில் அகப்பட்டு
நிதர்சனத்தை ஏற்றுக்கொள்ள திணறும்
உருவமில்லா வானம்.

மீண்டும் மீண்டும் தோன்றும் எண்ண ஓட்டமே
மெய்யாகின்றது.
இனம்புரியாத எண்ணங்களை இருள் சூடிய
வாழ்க்கை என்னும் பாதையில் வழிநடத்துகையில்
நம்பிக்கை என்ற ஒளி கீற்று உதயம்பெறுகின்றது

எண்ணம்போல் வாழ்க்கை.

ஹரிகா

மரணத்தின் விளிம்பில்

பெற்ற தாயின் நினைவா
வளர்த்த தந்தையின் தைரியமா
உயிர் நட்பின் இலக்கணமா
ஆசை காதலின் கனவுகளா
உண்மை உறவின் அன்பா
ஊக்க உறவுகளின் உற்சாகமா
துரோகிகளின் துரோகமா
துன்பத்தின் துயரமா
துவளாமல் எழுந்த நம்பிக்கையா
மனமகிழ்ந்த நாட்களின் அழகா
எதிர்பார்க்கும் எதிர்கால கனவா
அல்ல
வாழ்வோமா , வீழ்வோமா
என்னும் நொடியின் ஆவலா????

மு.ரஞ்சனி

மருந்தாகும் சொற்கள்

மயிலிறகோ சொற்களாய் ஆக, அதனை
மீட்டியவனோ வருடலினை தொடங்க,
காயங்களோ கானலாய்போன மாயம் அறிந்தேன்..!!
அவனே..சொற்களென்னும் மருந்தாம்...
அம்மாயவனின் தரிசனமோ???
சுழலில் மாட்டியவனுக்கு,
சூரியகாந்தி தென்படுவது போல்..
மக்கிபோக நினைத்தவனோ,
பிளாஸ்டிக்காய் மாறியது போல்...
மலையினின்று தவறியவனை
கிளைகளே ஏந்திக்கொண்டது போல்...
கொதிப்பில் இருப்பமாட்டியவனுக்
குளிர்பானம் வழங்குதல் போல்....
மறுவுலகின் மறுகதவோ
வாவென்றழைத்த போழ்திலும்
"நான் இருக்கிறேன்" என்றவரின் சொல்லோ...
வாடிய இளந்தளிரினை நீரூற்றி உயிர்ப்பிக்கும்
அருமருந்தாம்...

அ.அனுசுயா

முட்கள் இல்லாத கடிகாரமாய்...!

என் சிறுவயதில் தவழ்ந்தது எனக்கு நினைவில் இல்லை..
என் உயிர் உடலைவிட்டு பிரிய போவதும்
என் நினைவில் இருக்கப்போவதில்லை !
பள்ளிக்கு நேரமாச்சு
கல்லூரிக்கு நேரமாச்சு
அலுவலகத்துக்கு நேரமாச்சு...!
என்னும் சுழற்சியில் வாழ்வதிலேயே
பலரின் வாழ்க்கை நேரமாகிவிடுகிறது !
கண்களை மூடி உறங்கிக்கொண்டிருப்பவனிடத்தில்
வானவில் தோன்றி மட்டும் என்ன பயன்..!
முட்கள் இல்லாத கடிகாரத்தில் உள்ள
நடு சக்கரம் மட்டும் சுற்றுவது போல்தான்
பல மனிதர்கள் வாழ்க்கையில்
ஓடிக்கொண்டிருக்கிறார்கள் !

முட்கள் இல்லாத கடிகாரமாய் !

அருண் தட்சண்

முதல் நாளின் உதிரம்

ஒவ்வொரு திங்களிலும்
அதிகம் வலிக்கிறதுதான்..!!

வலிகளை மொழி பெயர்க்கத்
தெரியாமல் அடிவயிற்றை
பிடித்துக்கொண்டோம்..!!

கசிந்திடும் குருதி வாடையில்
உயிர் பிழைக்க
கற்றுகொண்டோம்...!!

வலியின் உச்சகட்டத்தில்
கண்ணீர் தேக்கி
அடுத்த திங்களுக்காய்
மிச்சம் வைக்க பழக்கிக்கொண்டோம்.....!!

இது முதல் நாளுக்கான
வலி மட்டுமே..!!
இன்னும் இரண்டுநாள்
மீதமிருக்கிறது...!!

அனுபாரதி

மெய்நிகர் காதல்

எழவும் விரும்பவில்லை, துயிலிலும் கனவாக நீ!
என்றுமே கேட்க விரும்பும் அழகிய பொய் நீ!

நிஜத்திலும் நீ என்னை நிழலாக தொடர்வதாய்
எண்ணிக்கொண்டு,
கடந்து செல்லும் ஒவ்வொருவரிடமும் உன்னை தேடிக்
கொண்டு,

கைபேசியிலோ உன் நிழற்படம், மனதிலோ உன்
நினைவலைகள், கண்களோ கண்ணீர் சிந்திக் கொண்டு,

எதிர்படும் காற்றில் உன் சுவாசத்தை
தேடிக் கொண்டு,
நீ எழுதிய கடிதங்களோடு, உன்னைக் காண நாட்களை
எண்ணிக் கொண்டு,

விண்மீன்களோடு கதை பேசி, உன் மடியில் உறங்கும்
ஏக்கத்தில் நாம்!
ஆனால் இங்கே,
நட்சத்திரங்களோடு நான் மட்டும்!

ஆதினி

யார் அவள்

யார் அவள்?
நான் யாரென்று எனக்கு உணர்த்தியவள்
என்னால் முடியுமென்ற உறுதியை அளித்தவள்
நிலைகுலைந்தபோது என் தலை நிமிர்த்தியவள்
முடியாதென்றபோது முன்னேற செய்தவள்
வேதனை அனைத்தும் அவளுள் புதைத்து
வேடிக்கையாய் என்னை சிரிக்க செய்தவள்
மலை போல் துன்பம் துவட்டியபோதும்
புதுமலர் போல் மலர செய்தவள்
எவரிடமும் சொல்ல முடியாத ரகசியத்தை கூட
நம்பிக்கையாய் கூற முடியும் அவளிடம் என்னால்
என் நரம்பும் ரத்தமும் சதையுமாய் இருப்பவள்
வெற்றிக்கு வழிகாட்டும் தேவதை அவள்!!!
அவளே என் நம்பிக்கை! என் தைரியம்!
அவளே என் காதல்! சுவாசம்!
யார் அவள்??
அவளே "நான்"!

ந.ரோஷிணி

யார் இங்கே தந்தை?

என் பூந்தொட்டியில் மலர்ந்த மொட்டோ
என் வாழைக்குருத்தில் வளர்ந்த இலையோ
இருளான என் வாழ்க்கையில் வண்ணத்தையும்
சிடுவான என் வாழ்க்கையில் மென்மையையும்
குற்றங்குறைகளற்ற மாரியை போல்
என்மேல் உன் அன்பைப் பொழிந்தாய்
உன் சிரிப்பில் மகிழ்ச்சியையும்
உன் அழுகையில் சோகத்தையும்
உன் விளையாட்டில் விடாமுயற்சியும்
உன் செயல்களில் தன்னம்பிக்கையும்
உன் கோபத்தில் வெறுப்பையும்
உன் உறக்கத்தில் அமைதியையும்
நீ எனக்கு கற்றுத்தந்தாய்
இறைவனால் எனக்களிக்கப்பட்ட சுட்டி ஆசிரியரே
தந்தை என்ற பட்டத்தை எனக்களித்தாய்!
சமூகத்தில் தலைநிமிர்ந்து நடக்கச் செய்தாய்!

ஜெ.எஸ். விஷால்

யார் கவிஞன்?

கவிஞன் என்பவன் காற்றினை மிரட்டி
கடலினை புரட்டி கருத்தினை சுருட்டி
கற்பனை திரட்டி கவிதை பாடும்
கற்றவை கோடி கொண்டவன் என்றனர்...
மற்றொருவர்...
புலவன் என்பவன் புரிதலை கொன்று
புதுமைகளென்று புலம்பித் தின்று
புதிரிடும் பொருளை புனைந்து கொடுக்கும்
சித்தம் கலங்கிய பித்தன் என்றனர்....
இப்பொழுது
நான் பணக்காரனா?
இல்லை பைத்தியக்காரனா?

தமிழமுதன்

வருகை

ஒரு பரபரப்பான சூழலில் தான்

அது வந்தது- எங்கள் வீட்டிற்கு

ஓரிரு மாதங்களே ஆகியிருந்தது

அது இந்நயவஞ்சக புவிக்கு வந்து

ஒரு குழியில் குருகி அமர்ந்திருந்தது

அழகாய் - அதை எடுகையில்

ஓடோடி வந்தது அதன் தாய்

அதற்கும் தாய்ப்பாசம் உண்டல்லவா

ஒரு வாரம் பெட்டி அரண் ஆனது

அழகு குட்டிக்கு – அனைத்துமே அந்நியம் அப்போது

ஒரு வருடம் ஆகிவிட்டது இப்போது

அழியா இடம் பிடித்தது இதயத்தில்

ஒரு சிறு தின்பண்டம் கூட

அதை கடக்காமல் என்னை வந்தடைவதில்லை

ஒரு பிள்ளையாகவே பாவிக்கிறார்கள் அம்மா அதை......

அதன் வருகையால்

அனைத்துமே மாறிவிட்டது அற்புதமாய்

ஆம்.....மனிதர்களை விட மகத்தானது நாய்.

Vardhini

வாழ்க்கை விவசாயம்

உன்னை ஒரு மண்ணாக்கி
உன் கனவினை விதையாக்கி
உன் வலியினை உரமாக்கி
பசுமையாக வாழ்வை நீ வளர்த்திடு

கற்ற பாடத்தில் பாத்திகட்டி
வந்ததெல்லாம் வாய்க்காலாக
வருவதெல்லாம் பெற்றுக்கொண்டு
தோட்டம் ஒன்றை நீ அமைத்திடு

கவலையெல்லாம் களை என்றும்
கண்ணீரெல்லாம் மழை என்றும்
இனி இல்லை தடையென்றும்
தைரியத்தை நீ கொண்டிரு

கஷ்டப்பட்டால் அது புழுவெட்டு
மனஅழுத்த நோயை வெட்டு
அனைத்தையும் துடைத்துவிட்டு
வெற்றி இலக்கை நீ அடைந்திடு

செம்பொன்

விசையுந்து காதல்!....

உழைப்பாளியாய் என்னை
தாங்கி பிடிக்கும் சுமைதாங்கி,
இவன் விரல் பிடித்துக்கொண்டு
அளவில்லா தொலைவுகளில்
முடிவில்லாத நினைவுகளை,
அசைபோடும் பொழுதுகளாக
மாற்றி நிமிடங்களும்!...

சின்ன சின்ன நினைவுகளையும், பல தவிப்பையும்,
சிலரின் சிறப்பையும், ஏன் சிலநேரம் என்
இறுக்கமான இதயத்தையும்,
மென்மையாக மாற்றியதும் உன் பயணங்களில் தான்!

பலநேரங்களில் என் கவலைக்கு ம(வி)ருந்தானது உன்
பயணங்கள் தான் ,
பயணங்களில் உன் இருசக்கரமும் தேய்ந்து போனாலும் ,
என் கவலையை மறக்க வைத்த "வைத்தியனாக "
என்னுடன் நீ வாழ்கிறாய்
இன்றும் உயிரற்ற உணர்வாக!......

அன்பின் சகி

வெட்டப்பட்ட மரங்கள் பேசினால்

இப்பூவுலகம் தனதெனக் கொள்ளும் மனிதா
இயற்கையில்லா உலகை - உன்
பிள்ளைகளுக்கு தருவது சரியா?
நீ வீடுகட்டி வசிக்க என்னை அழித்தாய்
என்மீது கூடுகட்டி வசிக்கும் பறவைகளுக்கு - ஏன்
என்னை துரோகம் செய்ய வைத்தாய் ?

நீ உறங்க நான் கட்டிலாகினேன்
நீ அமர நான் நாற்காலி ஆகினேன்
நீ எரிக்க விறகாகினேன் - உன் தேவை அனைத்தும்
பூர்த்தி செய்தேன்
இருந்தும் ஏன் என்னை அழிக்கிறாய் ?

ஒன்று, இரண்டு என துவங்கிய எண்ணிக்கை
பின் உனது தேவைகள், ஆடம்பரமாய் மாறின;
ஓரிரு மர அழிவு, பின் பெரிய காட்டின் அழிவாய்
மாறின!

இப்படி அனைத்தையும் அழித்துவிட்டு,
நீ மட்டும் இப்பூவுலகில் வாழ்ந்து ஏது செய்வாய் மனிதா?

மரம் வளர்ப்போம்!
இயற்கை வளம் காப்போம்!!!

க.கிஷோர் குமார்

வெண்ணிலவின் பிரதி அவள்

வெண்ணிலவை பிரதியெடுத்து
கார்முகில் தனை குழைதெடுத்து
அவள் கருங்கூந்தல் செய்தானோ..
விஜயன் வில்லெடுத்து அவள் புருவம் வடித்தானோ...
மலர் அவளென்றோ கரு வண்டிரண்டை
இமைகுள்ளே உட்புகத்தி விழி இரண்டை செய்தானோ...
ரோஜா இதழ்தனை பரித்தெடுத்து
செந்தேனில் தான் நனைத்து
அவள் இதழை செய்தானோ...
உனை படைக்கையில் பிரம்மனுக்கு ஏன் இந்த
தாராளம்..
உன் காதல் வேண்டியே தவம் இருக்கும் பக்தர்கள்
ஏராளம்...

தனிமையின் காதலன்

www.ingramcontent.com/pod-product-compliance
Lightning Source LLC
LaVergne TN
LVHW042052051026
849517LV00012B/963
* 9 7 8 9 3 8 9 9 5 9 5 5 0 *